மெய் மறந்த

(சு)வாசம்

பதிப்பகம்

Mei marantha suvaasam

Edited by Parkavi Sivaprakash

 Special credits to Infant Nesan.J, Dr.Niveditha and Dr.Nitin Chopra.

ISBN (Paperback) - 9789390724611

First Edition : 2021

Book Design by POETRY WORLD

மெய் மறந்த

(சு)வாசம்

COMPILED & EDITED BY

Parkavi Sivaprakash

தலைமை தொகுப்பாளர்

இவள் திருமதி.பார்கவி சிவபிரகாஷ், மஞ்சள் மாநகரமான ஈரோட்டை சேர்ந்தவள். இவள் புனைப்பெயர் "கவியின் கவிதை". கணிதவியல் முதுகலை பட்டம் முடித்தவள். இன்று தன் கனவுகளை முழு மனதோடு ஆர்வமாய் பின் தொடர்கிறாள்.

தனது இன்ஸ்டாகிராம் பக்கத்தில் *(@kaviyinkavithai)* ஏறத்தாழ 2500க்கும் மேற்பட்ட குறுங்கவிதைகள், நீள்கவிதைகள் பல புனைந்துள்ளார். *Spectrum of thoughts*ல் இணை எழுத்தாளராகவும், தன் முதல் கவிதை திரட்டான *"Enticement of fondness*/காதலின் தாகங்கள்" தொகுத்துள்ளார். இப்பொழுது *Poetry World Organisation*ல் தலைமை தொகுப்பாளராய் பல கவிதை திரட்டினை வழங்கி வருகிறார்.

அவனுக்கான உணவு

ஏனோ இன்றுவரை

புரியவில்லை எனக்கும்..

அவனுக்காய் செய்யும்

சமையல் பதார்த்தங்கள்

மட்டும் ஏனோ அத்துணை

சுவைமிகுந்த உணவாய்

மாறிவிடுகிறுதே என்

சமையல் அட்டவணையில்...

கவியின் கவிதை

INDEX

அடைமொழி காதல்

உன்னை தொட்டுத்தழுவி அள்ளிபருக,
உச்சி முகர்ந்து கண் மூடுகையில்...
என் உடல் முழுவதும் உன் மனம் பரவி வீச
எத்தனிக்கும் முன்பே..
அந்த இதழ் பரிசம் இந்த உலகமே எனக்கு மறத்து
போகும்..
ஆம் விடிந்தது முதல் மிகச்சரியாக
வேலைக்கொருமுறை
உன்னை நோக்காமல் நான் படும் வேதனை சொல்லில்
முடிந்து விடாது..
நான் கொண்ட காதலில் உயிர் பற்றி வாழ்கிறாய்
குழம்பி என்னும் அடைமொழியில்..

தமிழ் காதலி மாளவிகா ராஜேந்திரன்

அமிர்தம் இதுவே

அயராது உழைத்து
அறுவடை செய்த நெல்லை
அன்போடு அரிசியாக்கி
அனைவருக்கும் அளித்து
மகிழ்வோடு மீதியை
மனதார பருப்போடு
சேர்த்து பதமாக இரக்கி
பகிர்ந்து உண்ணும்
அரிசிம்பருப்பே...
அழகி இவளின் அமிர்தம்!

மு.ரஞ்சனி

அம்மாவின் கையில் சோறு

ஆடி அலைக்கழித்து நாலுருண்டை சோற்றுக்காக
அம்புலியை விலைக்கு வாங்கி அன்னமிடுவாய்!
அழுது அடம்பிடித்து வெறும் வயிறோடு விடாது
தூக்கத்திலும் சோறு ஊட்டி
வளரும் பருவத்தில் இன்பமோ துன்பமோ
வெற்றியோ தோல்வியோ எதுவாக இருப்பினும்
வயதினை பாராமல் அன்னையவள் மடிதாங்கி
அன்பு ருசியிட்டு கரத்தால் அமுதளித்தால்
உயிரும் நிறைந்துபோகுமே!
அரஅடி முதல் ஆறடி வரை
அனைவருக்கும் பதார்த்தம் பலவகையும்
விலையற்று போகுமே அம்மாவின் ஒருபிடி
சோற்றுக்கு முன்னால்.

மாயாதி

அம்மாவின் கைவண்ணம்

காலை சூரியன் விழிக்குமுன்,
அவள் கண் விழித்து,
தனது இரு கரங்களால்,
தேன்போன்ற தேனிர் கொண்டு,
தேவதைபோல் தோற்றமும் கொண்டு,
என்னை விழிக்க செய்வாள்!
மழை பெய்த உடன்,
உலகம் வண்ணம் பெறுவதுபோல,
அவள் அன்பென்னும் மழையில்,
என்னை நனைய செய்து,
எனக்கு அவள் ஊட்டும்,
அந்த உணவின் ருசி!
எவ்வித அமிர்தத்திற்கு ஒப்பாகாது!
அந்த சுவையின் வாசமே,
எனது உயிர்வாழும் வரை,
நான் மெய்மறந்த சுவாசமாககும்!

கிறுக்கியின் காவிய கிறுக்கல்கள் மதுமித்ராந.

அர(ரி)சி

நித்தம் நித்தம் பாத்திகட்டி பாத்துப்பாத்து
விதைச்சானே..
நெல்மணி உன்னை கண்மணியென காத்தானே...
தலைகுத்தி நீ பூப்பெய்தி நிக்கயிலே பூ என
உனைப்பறிச்சு..
வெய்யோன் கரம் பிடித்துக் கொடுத்தானே...

புழுதியிலே உன்னைப் புரட்டி பேறு காத்தானே...
முத்து முத்தாய் உன்னை விதைச்சதுக்கு
வைரமாய் வந்து வயிற்றில் பால் வார்தாயே...
உலகம் பசி தீர்க்க உன் உயிர் தந்தாயே...

உன்னை அரிசி என சொல்வதைக் காட்டிலும்,
உணவுக்கே "அரசி" என சொல்லத் தான்
இந்த விவசாயிக்கு பெருமை - நீ இல்லாத
இடத்தில் தெரியும் உன் அருமை..

அருண்பிரபாகரன் ஆறுமுகம்

அவளும் ஆயுளும்

பள்ளி முடிந்து பசியோடு வருகையில்
அவள் அள்ளி ஊட்டும் குறுமிளகு ரசத்தோடு
அம்மியில் அரைத்த பக்குவமான பருப்பு துவையல்
வார இறுதியின் நாயகன் ஞாயிறன்று
ஆப்பத்தோடு ஆட்டுக்கால் பாயாயும்
வறுத்தெடுத்த மாசலாவோடு பொறித்தேடுத்த சிக்கன் துண்டுகள்
அவள் கையால் சுட்டுத்தரும் வட்ட வட்ட குட்டி தோசைகள்
நிலவைக்காட்டி சோறுட்டும் அன்னைக்களுக்கு மத்தியில்
நிலவையே உணவாக ஊட்டும் அன்னை இவள்
உணவோடு சேர்த்து ஊட்டப்பட்ட
உணர்வுகளின் ஆயுள் அதிகம்
ஆம் கண்ணில் தெரியும் உயிர் "உணவு"
உணவைப் படைக்கும் கடவுள் "அன்னை"!

ரம்யா விஜயகுமார்

அற்புத (சு)வாசம்

கரும்புகள் உயர்ந்து நிற்க
வாசலில் வண்ணக்கோலங்களிட்டு
செங்கல்கள் அடுக்கி
அதன்மீது பானை வைத்து
நீரினை நிரப்பி
பனையோலையில் தீமூட்டி
செந்நிறச் சம்பா அரிசியைப்
பானையில் இட்டு
பனையோலை கொண்டு
தீயின் வேகம்
கூட்டியும் குறைத்தும்
வைக்கையில் - ஏற்படும்
வெப்பத்தில் வெந்து
கதிரவன் வரும் நேரமதில்
பொங்கி வரும்
அரிசியின் வாசம்
வருடம் ஒருமுறை
தமிழர் திருநாளன்று
கிடைக்கும் அற்புத (சு)வாசம்...!!!

ச. த. ரேணுகா

அன்பின் அமிர்தம் உணவு...

பள்ளி நாட்களில் அவசரடியாய் கிளம்பி
தாயின் கையினில் வாங்கிடும் உருண்டை சாதமும்...
விளையாடி களைத்து முடித்து
பாட்டியிடம் வசவு வாங்கிக் கொண்டே சாப்பிடும் ரச சாதமும்...
பல நாட்கள் வெளியூர் தங்கி வேலை முடித்து
வீட்டில் தந்தை கையினால் வாங்கிடும் அன்பு சாதமும்...
கல்யாணமான புதிதில்
என்னவன் எனக்காய் வைத்த எச்சில் சாதமும்...
மாதக் கடைசியில் கையை கடிக்கும் வேளையில்
கிடைக்கும் கடைந்த தயிரும், பழைய சாதமும்...
எதற்கும் நிகரற்ற அன்பினால் சேர்ந்த சுவை...
என்றுமே அமிர்தம் தான்...

Abinaya

இதய பிடியில்

எண்ணெய் பொங்கி வந்து,
எண்ணம் மிதந்து சென்று வாய்மிதி வாங்க,
குதித்தெழுந்து வரார்,குண்டு மாமா!..
உன் மேனி ருசிப் பார்க்க,
என் மொத்த நினைவும் காத்திருந்ததோ!..
தண்ணீர் இல்லா கப்பலிலே மிதந்து,
எச்சலிலே அழிந்து ஆனந்தம் செய்தாயோ!..
வேடிக்கை பார்த்த ஆவல் வேகம்,
வேதம் மொழிந்து வாய் திருட உருவெடுத்தாயோ!..
பக்குவமாய் இதயத்தை பாழடைத்து,
பசி தீர பருக வைத்த பூரியே!..
உன்னிலே கிழங்கை கிளரி உண்கையில்,
உந்தன் அடி மனம் சாய்த்தேனே!..
ஒதுங்கி ஒதுங்கி ஓடினேன் ஓட்டக்காரனாய்!..
ஒட்டுண்ணியாய் ஒட்டிக் கொண்டு கொள்ளை
அடித்தாயே!..

(உன் காதலில்) இவள், கலாம் நேசகி அபிதா

உணவின் மகிமை

உணவு என்பது உயிர் வாழ
உயிர் வாழ ஆரோக்கியம் என்பது மிக முக்கியமான
ஒன்று
நீண்ட நாள் உயிர்வாழ இயற்கை உணவு
ஆரோக்கியத்தை அளிக்கும்
உணவு என்பது உடலுக்கு உயிர் சக்தியும் ஊக்க
ஆற்றலையும் அளிக்கின்றது
இயற்கை உணவான சிறுதானியங்களை உண்டால்
சிறுவயது முதலே எல்லா காலத்திற்கும் இளமையோடு
வாழ உதவும்
இயற்கை உணவை உண்டு
வாழ்க்கையை என்றும் ஆரோக்கியமாய்
இளமையோடு வாழ்வோம்

கவிஞர்மகாலட்சுமி.ரா. திருப்பூர்

உணவு நாடல் சுகம்

உணவை தின்று திளைப்போர் இருக்க
உணவை களைந்து களிப்போர் இருக்க
உணவை மென்று ருசிப்போர் இருக்க
உணவை கண்டு களித்து கனத்த
இதயத்துடன் கடந்து செல்லும்போது,
காலை மாலை என வேளைகள் மாறி
நல்லதொரு உணவை புசிக்க வேண்டி
வினவுகிறது நரம்பில்லாத நாக்கு
நரம்புடைய நானோ விடை தேடி
சிந்திக்கும் வேளையில் பசியும் ருசியும் மறைந்து
புசிக்கும் வேளையும் மறந்து கடந்து விடுகிறேன்,
உணவு வேலை வந்ததும் வயிறு கதைக்க தொடங்குது,
தொடங்கிய கதையை கேட்டு தானே கைகள் ஒன்றே
இணையுது,
கண்கள் இரண்டும் இமைத்து இமைத்து இனியது தேடி
அலையுது,
மூக்கு துவாரம் ரெண்டும் தூரம் சென்று தூதுவனாய்
நுகருது,
நரம்பில்லாத நாக்கு கூட நருக்குன்னு சாப்பிட நாடுது,
இவையெல்லாம் தேடும் பணியில் ஈடுபட்டு இருக்க!!!
என் மனம் மட்டும் உன்னை தேடி..
உணவு உண்டாயா என்ற கேள்வியோடு...

Gopi Ramachandran

எனது சிக்கன் பிரியாணி

என்ன தவம் தான் செய்தேனோ
உன்னை சாப்பிடுவதற்கு நான்!
உன்னைப் பற்றி எண்ணும் போதே
மனதில் அப்படி ஓர் பேரானந்தம்
இப்போத உன்னை உண்டு மகிழ வேண்டுமென்று!
கொஞ்சம் என்னை நான் கட்டுபடுத்திக்
கொள்கின்றேன்
என் சிக்கன் பிரியாணியே!
அப்படி என்ன மாயம் வைத்துள்ளாய் உன்னிடத்தில்
நீ!
உனது வாசனையை நுகர்ந்தாலே எனது மனம்
குளிர்ந்துவிடும்!
கடைதோறும் உனது வாசனை தேடி அலைகிறேன்
பல நாட்கள் பட்டினியில் கிடந்தது போல்!

கா. மோகனபிரியா

என் காதலியின் பெயர் தயிர்சாதம்

நிலவின் வெண்மை நிறத்தை வாடகைக்கு
வாங்கியவள்,
மாதுளையின் செந்நிற முத்துக்களை அணிந்தவள்,
அவள் பேரழகைக் காப்பாற்றக் கருநிற மச்சங்கள்.

நான் எவ்வளவு தூரம் சென்றாலும்,
இறுதியில் அவளிடம் தான் தஞ்சம்,
அவளை அள்ளி அணைக்கக் கெஞ்சும் என் நெஞ்சம்.

என்னைப் போன்று கோபம் எல்லாம் வராது,
எப்போதும் குளிர்ச்சியாகத் தான் இருப்பாள்,
உடன் இருப்பவரையும் அப்படித்தான்
வைத்திருப்பாள்.

அவள் பொட்டின் பெயர் மட்டும் ஏதோ ஊறுகாயாம்,
ஊரே என்னைப் பைத்தியம் என்றது,
என் காதலியின் பெயர் தயிர்சாதம் என்றவுடன்!

சதாக்ஷி சி

என் நாவுக்காக அமிர்தம்

அம்மியிலே போட்டு இடித்து
அரச்சி சலிச்சி பக்குவமாய்
புத்தம் புது மண்பானையிலே
தண்ணீரோடு கரையவிட்டு
ஒன்றோடு ஒன்றாய் இணையவிட்டு
மென் தீயோடு கிளரிவிட்டு
கொதிக்கும் குமிழிகளை கண்டு
நாவில் எச்சில் ஊற இறக்கி -
வைத்து ஆற விட்டு கெட்டித் -
தயிரை அடித்து ஊற்றிவிட்டு மாவடுவோடு -
ஒரு சொம்பு கம்மங்கூல் !போதும் -
அமுதமெல்லாம் தலை குனிந்து
தன் பெயரை மாற்றிக்கொண்டு
ஓடிவிடும் என் நாவுக்கான அமிர்தம் -
இந்த தான் "கம்மங்கூல்"

என்றும் கவிதைகளின் துணையுடன்,

மோ திவ்யாராஜ்குமார் (கவிதை பிரியை)

என்னவளுக்காக ஒரு பக்கம்

அந்தி காலைகள் குறித்த அகநானூறும்..!!

மத்தி மாலைகள் பெயர் தொடுத்த புறநானூறும்..!!

புலன் பெறாத காவிய கதை ஒன்று இவள்

படைக்கிறாள்..!!

அன்று இரவு அவனோடு மட்டும்..!!

Rio praki

கலக்கி

முட்டையை உடைத்து ஊற்றுகையில்
வெள்ளைக்கருவும் மஞ்சள்கருவும்
வெள்ளை சாமந்தியும் மஞ்சள் சாமந்தியும்
கலந்து தொடுத்த மாலையாய்
அதன் இடையில் செருகும் துளசியாய்
மசாலாக்களைத் தூவிவிடப்,
பூக்கள் வாடாமல் இருக்கத்
தண்ணீரைத் தெளிப்பது போல
முட்டையின் சுவையைக் கூட்டச்
சற்று குருமாவும் கலந்து,
கலக்கையில் அதைக் காணும் கண்களும்
சொக்கி நிற்கக் கல்லில் சூடுபரப்பிக்
கலந்த முட்டையை ஊற்றிப்,
புரட்டாமல் சற்று கொத்திவிட்டுச்
சூடுபறக்க இலையில் பரிமாறும்போது
கலக்கியைக் கண்ட மனமும்
சற்று கிறங்கிப் போக நாவில் எச்சில் ஊறப்
பரோட்டாவுடன் கலந்து சாப்பிட
ஏங்கித்தான் காத்திருக்கிறேன் விரதம் கலைக்க...

Sandhiya jaishankar

காபி

பல வகை பல சுவை
பதமான அறுசுவை
இதமான இன்னிசை
நாவின் நாளங்களை
மேனியின் போர்வையில்
தூண்டில் வீசி,
நீரில் கரைந்து
நினைவில் கலந்து
மழை சாரலில்
மயங்கிய மனதில்
நூல் காண காற்றில் நுகர
திசை எங்கும் சுற்றி திரிய
வலியும் தனிமையிலும்
மருந்தாக வளம் வந்து
நேரம் பாராது
பலரின் நேசத்தை வென்று,
பக்குவமாக பகிர்ந்தளிக்க
அனைவரையும் பரவசம் அடைய செய்கிறாயே...

முஹம்மது உமைர்

காளான்

காளான் வெள்ளையாய் இருந்தால்!
அவள் என் மனதில் முல்லையாய் பூத்தாள்!
முதல் முறை பார்த்தேன்!
இரண்டாம் முறை வாங்கினேன்!
மூன்றாம் முறை கழுவினேன்!
நான்காம் முறை அறிந்தேன்!
ஐந்தாம் முறையாக பொன் என
என் மனதில் நினைத்து அவளை பொறித்தேன்!
ஆறாம் முறையாக நான் செய்த
அறுசுவை உணவான அவளை
என் அம்மாவிடம் கொடுத்தேன்!
பிறகு அவளை முழுமையாக சாப்பிட
மனமில்லாமல் தினம் கை கழுவும்
அனைத்து காளான் பிரியர்களுக்கும்
இந்த கவிதை சமர்ப்பனம்!

ஸ்ரீமதி தங்கதுரை

கூட்டாஞ்சோறு

அறியா பருவத்தில் அருந்திய அமிர்தமது...
வீட்டுக்கொரு பொருளெடுத்தே
வீதி சாமிக்கு படையலது...
அள்ளி வந்த அனைத்தும்
ஆற்றுநீர் உலை வைத்து
அடுப்பில் கொட்டி தீர்த்த பின்
அன்பு சேர்த்து செய்தததது...
வெந்து முடிப்பதற்கு முன்பே
விருது பல வென்றதததது...
ஆளுக்கொரு வேலையென
பார்த்து பார்த்து செய்து
பந்தி வைத்த பண்டமது...
கூடி நாங்கள் செய்ததனால்
கூட்டாஞ்சோறாய் வந்தததது...
உப்பில்லை காரமில்லை
ஒருவருக்கு ஒருபிடி
சோறு கூட முழுதாய் இல்லை...
ஆனாலும் அந்த ருசி
இன்று வரை கிடைப்பதில்லை...
ஆண்டு பல கடந்த பின்னும்
நாசி வாசம் மறப்பதில்லை...

சீனிவாசன் தேவராஜ்

கைபக்குவம்...

அரண்மனையின் சொர்க்க பூமி

அடுப்பங்கறை!...

இல்லற இளவரசி கைப்பட்டதும்

பச்சத் தண்ணியும் பதநீரா இனிக்குது!...

சின்ன வெங்காயமோ

சித்திரையின் கைப்பக்குவமோ

சிந்திக்க வைக்குது

சிக்குனு வச்சி தந்த

நாட்டுக்கோழி கறி குழம்பு!...

கத்தரிக்காய் சுட்டு

கொஞ்சம் புளி பிசஞ்சதும்

பித்து புடிச்ச மனசு

வீட்டையே சுத்துது வாசனைய புடிச்சுக்கிட்டு..

Hepziphiliph

சக்கரை பொங்கலே

உன்னை சமைக்கும் போதே
வாசனையால் என்னை கைது செய்தாய்...
பசு அன்பாக கொடுத்த அதன் பாலினாள்
நன்றாக சமைத்து அதை பக்குவமாய் பரிமாறி
தன் கையாலையே அன்பாக ஊட்டுவாள்
அதை சாப்பிட்டநொடியே அன்றைய பொழுதின்
அனைத்து கவலைகளும் நீங்கி
இனிமையானதாக தோன்றும்
இவ்வளவு அருமையாய் சமைத்த என் தாயை
பாராட்டினாள் அது மிகையாகுமோ....

தனுஷ்மதி சுரேஷ்

சிக்கன் ப்ரைடு ரைஸ்

ஆசைக் காதலனவன்
அரைவேக்காட்டு அந்நியனவன்
நாவிலே நடனமிடும்
நீளமான உடம்புக்காரன்
கன்னத்திலே கள்ளச்சிரிப்பு
காய்களைக் கடிக்கையிலே
கறிக்கொண்ட தேகத்தினால்
கவிழ்த்துவிட்டான் காண்கையிலே
மணதில் மயங்கியே
மனதைத் தொலைக்கிறேன்
மாந்திரீகம் செய்த
மந்திரம்தான் என்னவோ?
சாஸின் சரித்திரத்தில்
சந்ததியை சிதைத்தவனே
சற்றும் சலிக்காதோ
உன் சுவையும் சுவாசமும்?

காவியா ரவிச்சந்திரன்

சிக்கன் மன்னன்

அவள் பாத்திரம் எடுத்துவைக்கும் நொடியிலேயே
நாவோ ருசிப்பதற்கு தயாராகிவிடும்;
கடுகையும் உளுதம்பருப்பையும் வதக்கும்
மணத்திற்கே
நுகரும் மூக்கும் அடிமையாகிவிடும்;

வீட்டு அடுப்பங்கறையின் கைப்பக்குவம்
ஊரின் ஆற்றங்கறை படிக்கட்டு வரை மணமணக்கும்!
வேகாவிடினும் பரவாயில்லை,
வாய் வெந்தே போனாலும் பரவாயில்லை,
நான் இப்போதே சுவைத்தாக வேண்டுமென
ஏங்காத மனம் இங்குண்டோ?

கிரேவியோ, ரோஸ்டோ,
குருமாவோ, பிரியாணியோ
என் ஆசை மன்னன் அதிலிருப்பானாயின்
அதற்கு என் அனைத்தும் அடிமையென
அடங்காத அட்கள் இருப்பதுண்டோ?

எதுவாயினும், எப்படியிருப்பினும்
சிக்கனே சிரிப்பதுபோல் தோன்றி
சிந்தையும் சிலிர்த்துவிடும் - எம்
அம்மையின் கைப்பக்குவத்தை கண்டு!

தருண் ஜெயமுருகன்

தயிர் சாதம்

பசுவின் அன்பின் மடியில்
பாலாய் உருவாகி
கலப்படமில்லா தூய பாலே
நீ அமில வினையால் தயிரானாய்
முத்து முத்தான அரசியை
முழுமதி அழகி என் தாய்
சாத மாக்கினாள்
புல் தின்று பால் ஈனும் பசுவின் தயிர்
என் அன்னை கையால்
தயிர் சாதமாய் அரங்கேறியது
என் தட்டில் நுகர்ந்த வேளையில்
நுனி நாக்கில் உமிழ் சுரக்க
உள்ளத்தில் பரவசம்
உண்மை என்னவெனில்
தயிர் சாதமே நான் உன்வசம்

முத்து பரமேஸ்வரி.பா

தீரா சுவை

பல காய்கறிகள் சேர்த்து
அறுசுவையோடு அன்பையும் கலந்து
வயிற்றை மட்டுமல்லாமல்
மனதையும் நிரப்பும் கூட்டாஞ்சோறு
அலாதி சுவை தான்
மனதை கவர்ந்திழுக்கும்
அதனின் மணம்
ஒன்றுபட்டு இருப்பதின்
அருமையை காட்டுகிறது
அதன் மேல் நான்
கொண்டுள்ள காதல் என்றும் தீராது!

A.Harini Ganga

தேநீர் கோப்பை

வெற்றியின் கோப்பையை
ருசித்திடும் துடிப்பில்
விடியும் ஒவ்வொரு பொழுதும்
பலருக்கு ஆரம்பம் இனித்திடும்
தேநீர் கோப்பையோடு!
கடமைகளுக்கு இடையில்
இளைப்பாற கொஞ்சம் இடைவேளை
தேநீரின் சுவையோடு!
வேலைச்சுவையும் பறந்து போனது
தேயிலைச்சுவையில் மெய் மறந்து போனது!
தேநீரும் தேவாமிர்தமாய் மாறி போனது
மழைநேரத்தில் மண்வாசமும் மறைந்து போனது!
ஏலக்காய் மணத்தோடு தேநீர் வாசம்
அடிக்கடி மறந்து போகிறது காற்றின் சுவாசம்.

ஸ்ருதி, மயிலாடுதுறை

தேநீர்

ஆவி பறக்க உன்னை
என் உதட்டில் ருசிக்க
அமிர்தம் என்று கண் அயரந்தேன்..
உன்னால் மட்டுமே
என் பாரங்களை
பறக்க செய்ய முடியும்
மறக்க செய்ய முடியும்
அதில் நீ மட்டுமே,
உனக்கு நிகர் எதுவும் இல்லையே..
உன்னை வர்ணிக்க
வார்த்தை போதாமல்
இந்த வரிகளே ஆறுதல் அளித்தன
இன்னும் ஒரு தேநீர் வேண்டுமா?
என்று கடைக்காரரின் வார்த்தை..

Sharmila Rose S

நாக்கவிதை

சில்லறை இல்லை என்றாலும்
சிறுதானியம் ஒன்று போதுமே
என என்றென்றும் எந்தமிழர்
எந்நாளும் ஊட்டி வளர்த்த
வெள்ளை சாதம், பருப்பு சாம்பாருக்கு
ஈடாகுமோ எவ்வுணவும்!
பசி என்று சொன்னால் போதும்
அம்மாவின் ருசியான புளிரசம்
பூலோகத்தின் சொர்க்கமே!
எந்நோய்க்கும் இந்நாள் வரை அமிர்தமே!
திருமணம் என்றால் என்ன
திருவிழா என்றால் என்ன
தினந்தோறும் அள்ளி அணைத்திடுவோமே!

சாமிதுரை மணி

பருப்பின் வாசம்..

ஆழ்ந்த தூக்கத்தில் உறங்கிருந்தேன்,
கனவு என்னும் உலகில் சென்றேன்,
பல வண்ணங்கள் கனவில் தோன்ற..
ஏக்கங்கள் பல எண்ணில் தோன்ற..
உன் வாசம் என்னை தாக்க,
என் கனவிலிருந்து நான் விழிக்க..
என் உறக்கத்தில் இருந்து நான் எழுந்து,
முயலைப் போல் ஓடினேன்!!.
என்னவென்று சென்றுப் பார்த்தேன்,
கொக்கைப் போல் காத்திருந்தேன்,
என் நாவில் உமிழ்நீர் ஊர காத்திருந்தேன்
உன்னை சுவைக்க!!
பல நாட்களின் காத்திருப்பு
இன்று பருப்பாகிய உன்னை நான்
என் நாவில் சுவைத்தேன்!

முஹர்ஷினி.

பானிபூரி

விலையோ குறைவு
ருசியோ அதிகம்
ஏழை எளியோரும்
பட்டு பகட்டானவரும்
சின்ன குழந்தை முதல்
வயது முதிர்ந்தவர் வரை
எளிதில் பசியாற அங்காங்கே
சாலை ஓரங்களில்
தள்ளு வண்டிகளில் விற்பனை!!!
என் பள்ளி பருவங்களில்
சேமித்த காசுகளை என் தொழியருடன்....
முதலில் யாரென்று,
வேக வேகமாக உன்னை விழுங்கிய
நாட்களின் நினைவுகள்
அலாதியோ அலாதி..!
ஏழைகளின் பங்களியே
பாசமுள்ள பாணிப்பூரியே!!
ரோசமுள்ள பேல்பூரியே!!!
என பல பெயர்கள் உனக்கு எங்கு!

Sowndharya.M

பிடித்த உணவு கம்பு சாதம்...

இயற்கையால் படைக்கப் பட்டு
காற்றில் கவிபாடி
கொஞ்சும் கிளியால் ருசிக்கப்படும்
கம்பை விறகூட்டி அடுப்பெடுத்துக்
கொஞ்சம் புகை புசித்து,
கம்புடன் தன் அன்பையும் சேர்த்து
பொங்க வைய்த்து அம்மா பரிமாறையில்
அடடா அந்த சுவைக்கு
அமிர்தம் கூட ஈடாகாது
ஆதலாலே ஏனோ எனக்கு பிடித்தது கம்பு சாதமே....

அருண் *(Kaviganin_katharalgal)*

பிடித்தமான உணவு

ஆயிரமாயிரம் இறக்கைகள் வானில் பறந்தாலும்
இலட்சம் கால்கள் நிலத்தில் நடந்தாலும்
கோடி மீன்கள் நீரில் மிதந்தாலும்
.என்னதான் இவையெல்லாம் சுவையை கொடுத்தாலும்
உளுந்தம் அரிசியும் அமுதமாய் அரைத்து
சரிவர நீர் ஊற்றி குழியில் அடைத்து
பஞ்சுபோல் உள்ளதை வெளியே எடுத்து
மஞ்சள் நதி ஊர்வது போல் சாம்பாரும்
கரையோரம் இருக்கும் மரம்போல் மல்லிச்சட்னியும்
அருவி விழும் நுரைபோல் இருக்கும் தேங்காய்
சட்சனியும்
விருந்துக்கு வந்த உளுந்த வடையும்
அளவோடு இருக்கும் ஒரு குவளை தேநீரும்
அட அட அமிர்தம் தானே
என்னதான் அறுசுவை இருந்தாலும்
இதன் சுவை தனி தானே.....

MOHAMED UMAR S

பிரியமுள்ள பிரியாணியே...

எந்தன் பிரியமுள்ள பிரியாணியே...!
உன்னை விட்டுப் பிரிய விரும்பவில்லை...!
ஏனென்றால் நீயே என் முதல் காதல்...!
ஆறு நாள் தவம் புரிந்து நான் பெற்ற வரமே நீ...!
உன்னை அள்ளித் திங்கும் போது தான் நானும்
கண்டேன் சொர்க்கத்தினை...!
உன் வாசமும் எந்தன் சுவாசத்திலே ஒன்றாய் கலந்த
மெய் உறவே நீ...!
என் ஆயுள் முழுவதும் மறக்க மாட்டேன் உன்னால்
தோன்றிய புன்னகையை...!
பசி என்றால் முதலில் நீயே என் யோசனையில்...!
பார்த்தவுடன் திருப்தி தருவாய் உந்தன் அளவுகடந்த
ருசியினிலே...!
எமனே எதிரில் வந்தாலும் சொல்வேன் எட்டாவது
அதிசியம் நீதான் என்று...!

R. Brindha

பிரியாணி

பிரியாணி என்பது ஒரு உனவல்ல,
ஒரு வித உணர்வு!
இப்புவியின் சைவ பிரியர்களோ
அசைவ பிரியர்களோ,
இருவரையும் இணைக்கும்
பிரியாணி பிரியர்களே அதிகம் இவ்வகிலத்தில்.
வகை வகையாய், ருசி ருசியாய்
மட்டன் பிரியாணி, சிக்கன் பிரியாணி
மட்டுமில்லாமல், பன்னீர் பிரியாணி,
காய்கறி பிரியாணி என எண்ணிக்கை பல.
அக்மார்க் பிரியாணி என்றாலே
நம்ம பாய் வீட்டு பிரியாணி தான்,
செட்டிநாடு பிரியாணி என்றாலே நம்ம
சீரக சம்பா அரிசி தானே.
பிரியாணி இராஜியத்தின் தலைவர் என்றால்,
அது என்றும் ஒருவர் மட்டுமே
அவரே நமது ஹைதராபாதி பாஸ்மதி பிரியாணி.
வெள்ளைக்காரனுக்கு அடிமையானவர்களை விட,
பிரியாணிக்கு அடிமையானவர்களே இங்கு அதிகம்
நண்பா!

ரா. திவ்யா

பிரியாணி விருந்து

உண்டு வளர்ந்த உடலின் தவிப்பு,
பசியும் ருசியும் நாவின் இனிப்பு:
ஒவ்வொரு நாளும் தின்று திரிய,
உலகம் முழுவதும் பிரியாணியை அறிய;
சமையலை போற்றி மெய் மறந்த (சு)வாசம்,
உள்ளத்தில் தோன்றும் உண்மையில் பரவசம்:
வாழும் நாட்களில் உணவே மருந்து,
இது உள்ளத்திற்கு விருந்து!

வெ. ஹேமந்த் குமார்

பிரியாணி

பட்டை கிராம்பு ஏலக்காய் வாசம்,
இஞ்சி பூண்டு விழுதுடன் சேர,
பென் நிற வெங்காயம் சுவையில்,
புதினா மல்லியை அள்ளி தூவ,
கோழி கறி அடுப்பில் கொதிக்க,
வண்ணமசாலா நிறத்தில் வானவில் தோற்க,
வெந்நிற தயிரும் உடன் இணைய,
சீரகசம்பா அள்ளி போட்டு கலக்க,
அடுப்பு கறியல் தம் வைக்க,
அதன் சுவையில் வீடே மணக்க,
பெரிய வாழை இலையில் ருசிக்க,
முட்டை சொஜ்ஜி பச்சிடியுடன் உண்ண,
பிரியாணி நாவரும்புகளை மெல்ல வருட,
இன்னும் இன்னும் கேட்க ஆசை,
அதுவே நான் கண்ட சொர்க்கம்.

அ.ர.கவிதா

ப்ளாக் ஃபாரெஸ்ட் கேக்

அறை எங்கும் உன் வாசம்
காற்றில் கலந்து உடலெங்கும்
நிறைந்த மணம் விழிகளின் வழி புகுந்து,
ஒவ்வொரு அணுக்களிலும் ஆசையை நிரப்பினாய்
அடுக்கு அடுக்காய் உடல் கொண்டு
சுவையால் என்னைச் சிறை வைத்தாய்
கருப்பு நிற வனத்தை உன் உருவில் கண்டு
இரசிக்கிறேன்
ஒவ்வொரு கடியிலும் கடிகாரம் சுழன்று
தொலைந்த என் குழந்தை பருவத்தை மீண்டும் மலர
செய்கிறாய்
வெள்ளை வானில் தவறி விழுந்த சேலாப்பழம்
வெள்ளை மேகத்தை புவியில் இருந்தவாறே
சுவைத்தவளும் நானே
துருவியச் சாக்லேட் உதிர்ந்த இலைகளைப் போன்று
அணிச்சலில் சிதறி கிடக்கும் உன்னை விழுங்கியதால்
உணவுக்குழாயும் சொர்க வாசலாகும்
சுவையின் திரையில் கவிதை எனும் தேன் ஊறுகிறது
வரிகளால் வர்ணிக்க வார்த்தைகளும் துணையாக
வருகின்றன...

Dhayaalini Gunasaigaran

மசாலா பூரி

அன்று ஒரு மாலை!
எனக்கு பிடித்ததது பானிபூரி
அதனால் சென்றேன் சாலை!
பானிபூரி கடையில்
பூரி உடைக்கும் சத்தம்!
உடனே என் மனதில் ஒரு யுத்தம்!
இடியை போல் வந்தது!
பானில் இருக்கும் ரசம்!
என் மனதில் ஒரு அடை மழை!
மலை போல் பூரில் குவித்தான் ரசத்தை!
பிறகு பருகினேன் முழுமையாய்!
ஆனந்தத்தில் என் கண்ணில் ஒரு பொழிவு!
என் முகத்தில் ஒரு தெளிவு!
இதில் பகிர்ந்து கொண்டேன் என் உணர்வை!

கமலி தங்கதுரை

மிகவும் பிடித்த உணவு

உலகிலே ஆயிரம் உணவுண்டு
ஆனால் நீ மட்டும் எனை இழுக்கின்றாய்
உன்வசம் அதன் ரகசியம்
உன் வாசணையிலா என மெய் மறந்தே திகைக்கிறேன்
பச்சை இலையின்மேல் அம்சமாய் நீரை தெளித்து
நான்கு தட்டுத்தட்டி நீரை விலக்கி
பதுமையாய் இலையைக்கழுவி
ஆவி பறக்க பரோட்டாவை கையிலெடுத்து
சமச்சிரற்றதாய் பல வடிவங்களில் பிரித்துப்போட்டு
ஆட்டுக்குழம்பை பக்குவமாய் எடுத்து
மேலாக தெளித்து கறியுடன் சிறுதுண்டை எடுத்து
இறைவனுக்கு நன்றி சொல்லி வாயில் வைக்க
அறு சுவைகளும் நாவில் நாட்டியமாடுமே

ச.விதுசன் மிராண்டா

மின்னவள்

எங்கிருந்தோ வந்த பட்டாம்பூச்சி
என்னை சுற்றி பறக்கிறதே
கவிதையில் வர்ணித்த முகம்
கண்ணெதிரே நிற்கிறதே
பிடித்த பாடல் ஒன்று
புதிதாய் கேட்கிறதே
இவள் உன்னவள் என்று
இதயம் சொல்கிறதே
மங்கை மடியினில் சாய
மனதில் மயக்கம் பிறக்கிறதே
இனியவள் மேனிதழுவி
இளங்காற்று இசையாய்கிறதே
வாய்மொழி இவள் பேச - என்
தாய்மொழி தடுமாறுகிறதே...

Ram Dhanush

மெய் மறந்த (சு)வாசம்

நடுநிசியிலும் உறங்கிக் கொண்டு பயணம்
தொடர்கையில் மூக்கை வருட வரும் பூக்காட்டின்
பூவாசம்.
குடலைக் குமட்டிக் கொண்டு வரும் துர்நாற்றம் வீசும்
குப்பை நாற்றம்...
நம் ஊரை நெருங்கி வரும்போது நம்மோடு உறவாடத்
துடிக்கும் மண்வாசம்...
வயலில் உழைத்து வரும் கணவனின் மீது வரும்
சேற்று மண்வாசம்....
சிறுசிறு தூரல்கள் பூமியில் விழும் போது பூமியுடன்
இரண்டரக் கலக்கும் புத்தம் புது மண்வாசம்...
அய்யய்யோ இது மட்டுமா பிறவிதொறும்
பிறவிதொறும் மாறா நம்வாசம் அதில் ஒவ்வொன்றும்
சிறப்பெடுத்து பேசும் போது...
மாதா உதிரத்து சிவப்புக்கும் உண்டு... ஒரு தனி
வாசம்....
ஆடவன் விதைக்கும் வித்திற்கும் உண்டு... ஒரு தனி
வாசம்.....
பால் உண் குழந்தையின் மூச்சிற்கும் உண்டு... ஒரு
தனிவாசம்....
நோயுள் படுத்த வியாதியஸ்தருக்கும் உண்டு... ஒரு
தனி வாசம்.....
வியர்த்து உழைக்கும் மாந்தர்க்கும் உண்டு.... ஒரு தனி
வாசம்....
உதிர்ந்து விழும் கண்ணீருக்கும் உண்டு.... ஒரு தனி
வாசம்...

குஞ்சி அழகு கொடுந்தானை கோட்டழகு என்ற
ஆணின் தலைமயிருக்கும் உண்டு... ஒரு தனி
வாசம்.....
வாடும் மல்லியை தினம் சூடும் பெண்களின்
கூந்தலுக்கு வாசம் இல்லாமலா போகும்....
அட்டவணையை அடுக்குகிறேன்.. எண்ணியெண்ணி
எடுத்து வையுங்கள்......
பிறக்கின்ற போது தாய் எடுத்து உச்சி முகரும்
போது... அவளின் மறுபிறவி கூறும் தாய்மையின்
வாசம்....
தந்தை எடுத்து உச்சி முகரும் போது அவனின் பதவி
உயர்வைக் காட்டும் தந்தையின் வாசம்....
மூத்தோர் எடுத்துக் உச்சி முகரும் போது வம்சத்தின்
விதை தம்மை பாட்டன் பாட்டியாக்கிய புது வரவின்
வாசம்...
அத்தை, மாமா, சித்தப்பா, சித்தி, பெரியப்பா,
பெரியம்மா, மாமன், மாமி, சகோதரன், சகோதரி என
ஒவ்வொருவருக்கும் ஒரு வாசம் தரும் பெண்ணிண்
கூந்தல்...
காதல் கணவன் கரங்கள் கோதிவிடும் போதினிலே
அத்தனை வாசமும் மறைந்து போய் ஒரு புத்தம் புது
வாசம் தோன்றுமே அதனை என்னென்று உரைப்பது...
இப்படிப் பல வடிவங்களைக் தன்னகத்தேக் கொண்டது
தான் மெய் மறந்த !வாசம்(சு) படைப்பு.

திருமதி மோ ஏ.கோமளாநேதாஜி எம்.எம்எட்.; எம்.பில்.,
காஞ்சிபுரம்

ரசகுல்லா

பசும்பாலைக் கொதிக்க வைத்து
வினிகர் விட்டுக் கலக்கையில்
திரிந்த போன உன்னில்,
நீர்வற்றப் பொறுமையாக காத்திருந்து
பக்குவமாய் எடுத்துப் பிசைந்து,
பந்து போல உருட்டி
தித்திக்கும் பாகில் போட்டால்
பலூன் போல உப்பிவருவாய்!
மென்மையான பஞ்சு பந்தே,
ஒடிசா மாநிலத்தில் உதயமாகி
பெங்காலி இனிப்பென பெயற்பெற்ற
என் சுவையான ரசகுல்லாவே!

M.Sandhya

ரோட்டுக்கடை

பணத்தில் புரண்டாலும்
பாதி தூர பசிக்கு
சாலைமுனை மின்மினியிடம்
ராஜ விருந்து தான்
நடந்துசெல்லும் அடுப்பாங்கரை
வீசி செல்லும் தாளிப்பு சுவை
உட்கார்ந்து உண்ண உபகரணம் இல்லை
என்றாலும் ஊறும்
எச்சிலுக்கு தட்டுப்பாடு இல்லை
சுத்தம் பற்றி கவலையும் இல்லை
எத்தனை பக்குவம் செய்தாலும்
இதனிடத்து நட்சத்திர சமையல் தோற்கும்
அனைத்து ரகங்களும் ஒரே கூடத்தில்
ரோட்டுக்கடை என்னும் அட்சயத்தில்.

ர. அமிர்த வர்ஷிணி

வத்தக்குழம்பு

மாங்காய் சுண்டக்காய்
வத்தல்களுக்கு பிறந்த
மாறுபட்ட அந்த
புளிப்பு சுவையோடு
உரித்துப்போட்ட வெள்ளைப்புண்டு
காட்டத்தை காட்டுகையில்
எந்த மனிதனும் தோற்று விடுவான்!
பாதி குழம்பு வேகையிலே
பரவும் வாசத்திலே
பாதி உயிர்
பசித்து விடும் எனில்
மீதிக்கதை சொல்ல வேண்டுமோ நான்?

கோ.பாலகிருஷ்ணன்